Tác Giả 30 Giây

3 bí quyết viết sách du kích
dành cho các chuyên gia bận rộn

FuSuSu

Version 4.240507

MỤC LỤC

ĐÔI NÉT VỀ TÁC GIẢ

Nguyễn Chu Nam Phương (Fususu)

Từng tốt nghiệp tiểu học trung bình vì 4 điểm Văn, từng trì hoãn 5 năm mới viết xong một bản thảo, rồi bị NXB từ chối.

Nhưng từ 2015 tới nay, mỗi năm anh xuất bản một cuốn sách, và sở hữu cả chục đầu sách chất lượng, nhiều cuốn từng lọt top bán chạy. Đồng thời, anh cũng là nhà huấn luyện, đã giúp hàng chục tác giả khác tự viết và xuất bản sách.

Nam Phương tin rằng: Thật là tiếc nếu bạn đã sống một cuộc đời ý nghĩa, mà không để lại một cuốn sách giá trị. Thật ra, viết sách không khó như bạn nghĩ, chỉ cần 30 giây...

fususu.com/qua-tang-mien-phi/?r=30sbook

ƯỚC MƠ KHÔNG TƯỞNG
ĐÃ THÀNH HIỆN THỰC

Tỷ phú buôn ước mơ...

Hãy tưởng tượng một tỷ phú tự nhiên xuất hiện và nói, "Tôi sẽ mua mọi ước mơ ý nghĩa nhất của bạn với giá một tỷ đô cho mỗi ước mơ. Tất nhiên là khi đã bán, bạn sẽ không bao giờ được thực hiện chúng nữa."

Lúc ấy, bạn có đồng ý không?

Còn tôi sẽ không bao giờ đồng ý dù ông ta có ra giá gấp mười. Vì sống mà không có ước mơ, đâu khác gì bạn đã chết?

Ước mơ giá trị như vậy đấy, nên nếu bạn gặp tôi vào những năm 2008, bạn sẽ thấy tôi là một sinh viên rất giàu... ước mơ.

Khi nghe người ta nói rằng tri thức là sức mạnh, cứ đọc sách sẽ giàu to, bạn biết tôi đã làm gì không?

Tôi đã phóng ra ngay Đinh Lễ, một con phố nổi tiếng ở Hà Nội chuyên mua bán sách cũ, và phát hiện ra: Tri thức không chỉ là sức mạnh, mà còn là... sức nặng.

Vâng, tôi đã vác về nhà hơn 10 cân sách phát triển bản thân đủ loại, cất cẩn thận trên tủ kính. Bạn đoán xem chuyện gì xảy ra sau đó?

Hàng ngày, tôi đi qua cái tủ, ngắm đống sách best-seller bìa cực đẹp, và... không đọc. Đã thế, tôi lại có một ước mơ không tưởng:

Một ngày nào đó, mình sẽ trở thành tác giả sách bán chạy.

Một ước mơ thật tuyệt, vì khi viết sách thành công, bạn không chỉ nổi tiếng, mà còn có thể giúp đỡ hàng triệu người trên thế giới, ngay cả khi bạn không có mặt ở đó!

Khi tìm hiểu và biết rằng một cuốn sách trung bình khoảng 30.000 chữ, tôi nghĩ nếu mỗi ngày viết 1.000 chữ, là trong một tháng là bạn sẽ xong cuốn sách. Thật đơn giản!

Với nguồn cảm hứng mãnh liệt ấy, tôi bắt tay vào viết.

Ngày đầu tiên, tôi viết được khoảng 1.000 chữ, nhưng tôi đã mất cả buổi và hoàn toàn kiệt sức.

Anh bạn thân trong tôi tên là Trì Văn Hoãn xuất hiện rồi nói, *"Thấy chưa, 4 điểm Văn thì chỉ có thế thôi."*

Mấy hôm sau, bản thảo dang dở đó đã chui vào ngăn kéo nào đấy và ở lì trong ấy mãi tới...

Cuối 2010...

Sau khi đọc sách Tôi Tài Giỏi Bạn Cũng Thế của Adam Khoo, nguồn cảm hứng thực hiện ước mơ trong tôi bùng cháy. Khi thấy cuối sách giới thiệu khóa học Tôi Tài Giỏi 3 ngày, hứa hẹn mang lại động lực to lớn. Tôi đã đầu tư hơn 3 triệu để tham gia ngay, đó là một khoản tiền rất lớn với tôi vào thời điểm đó (còn để tham gia khóa này hiện tại, bạn sẽ phải bay sang Singapore, đầu tư tới gần 2500 đô, chưa kể phí đi lại và ăn ở).

Ngày cuối khóa, nếu bước cùng tôi vào căn phòng màu đỏ tràn ngập tiếng hò hét ấy, bạn sẽ thấy tôi viết tất cả thói quen xấu của mình lên một tấm gỗ to... như cái thớt, và nỗ lực làm một việc không tưởng: Dùng tay chặt nó vỡ đôi.

Đôi tay sưng lên vì đau đớn, nhưng được các chuyên gia đào tạo (Trainer) truyền động lực, tôi vẫn cứ cắm đầu chặt tiếp, như thể đó là kẻ thù truyền kiếp.

Nếu đứng đó hò hét cùng mọi người, bạn sẽ thấy tôi viết chữ TRÌ HOÃN to tướng trên "tấm thớt" của mình. Vì Nó mà tôi lười biếng, la cà Facebook, xem phim, lướt web... Vì Nó mà tôi lãng phí biết bao thời gian quý báu... Vì Nó mà tôi không thực hiện được ước mơ của mình!

Còn nhớ khoảnh khắc phá tan tấm gỗ, cầm trên tay hai nửa, một bên TRÌ, một bên HOÃN, nước mắt tôi đã ứa ra, cảm giác sung sướng vỡ òa!

Sau khóa học, như một người tù mới được phá bỏ xiềng xích, tôi tràn ngập khí thế. Tôi cảm thấy mình như siêu nhân, mình có thể đánh bại mọi thứ, kể cả trì hoãn. Tôi đã biết mình sinh ra để làm gì, tôi thề sẽ quyết tâm thực hiện ước mơ trở thành tác giả khi xưa.

Khoảng 2 tuần sau, tôi lại phải thề tiếp.

(Cười)

Chưa kể là cái tủ sách khi xưa lại được kết nạp thêm nhiều "đồng chí" mới mà chưa biết bao giờ tôi mới đọc hết.

Thực ra, khóa học rất giá trị, các Trainer thực hiện đúng cam kết là tạo ra động lực to lớn, kèm theo những phương pháp rất tuyệt, đã giúp ích cho rất nhiều người.

Vấn đề chỉ là để tạo ra một cuốn sách, tôi đã không biết rằng động lực thôi thì chưa đủ, bạn cần thêm một loại "lực" quan trọng nữa sẽ được bật mí ở phần sau. Do đó, tôi vẫn phải vật lộn với trì hoãn nhiều tháng năm sau ấy.

Tới 2013...

5 năm sau kể từ khi đặt ra ước mơ trở thành tác giả, tôi xin vui mừng thông báo: Cuối cùng, tôi đã viết xong...

Phần mở đầu.

Thật không thể tin nổi là tôi lại dám kể "thành tích" xấu hổ này cho bạn, song đó là sự thật, đó là xuất phát điểm của tôi.

Lúc ấy, một niềm tin càng trở nên mạnh mẽ trong tôi: *Có lẽ một người tốt nghiệp 4 điểm Văn, sẽ khó mà trở thành tác giả.*

Tuy thế, tôi vốn cứng đầu.

Bằng một cách thần kỳ nào đó mà tới 2014, sau nhiều nỗ lực chống chọi với trì hoãn, tôi đã viết xong bản thảo cuốn tiểu thuyết đầu tay Bật Đèn.

Trong cảm giác sung sướng khó tả, tôi nhờ mối quen biết để gặp một chị tổng biên tập của một công ty phát hành có tiếng nhất thời đó. Chị ấy xởi lởi đón nhận bản thảo và tỏ ra rất hứng thú.

Một tháng sau, chị ấy nhắn tin:

"Sách của em lạ đấy, nhưng dòng sách này bên chị không chuyên."

Lúc đó tôi buồn lắm, và tôi biết chị nói thế chỉ để an ủi tôi thôi. Chứ chẳng nhẽ lại nói thẳng là: "Em viết như... gì í, bên chị không nhận."

Trong tôi, niềm tin xưa cũ lại trỗi dậy mạnh mẽ hơn cả: *Có lẽ thế, 4 điểm Văn dù có viết sách, cũng chẳng NXB nào nhận...*

Hiện tại thì sao?

Phải nói trước với bạn, tôi chia sẻ những thành tựu sau không phải để khoe, vì nó cũng chưa là gì cả so với nhiều tác giả khác ngoài kia. Tôi chia sẻ để giúp bạn thấy được sự khác biệt giữa tôi ngày ấy và bây giờ.

Cuối 2015, tôi đã xuất bản thành công cuốn sách đầu tay Numagician—Những Con Số Ảo Thuật.

Cuốn sách được đánh giá rất cao, từng lọt top sách bán chạy trên Tiki, khiến cho ngay đầu

2016 tôi đã tái bản gấp. Tới nay, nó vẫn được nhiều độc giả săn đón, bao gồm cả... mấy nhà buôn sách lậu (buồn 30 giây khi sách của tôi đã bị rất nhiều đơn vị làm bản lậu).

Từ 2016 tới nay, tôi liên tục xuất bản mỗi năm một cuốn sách giấy. Tính tới 2023, tôi đã xuất bản tới 10 đầu sách giấy, và sở hữu hàng chục tựa sách trên các trang ebook uy tín.

3 cuốn sách kỹ năng tôi viết, đều từng nhiều lần lọt top sách bán chạy Tiki với hàng trăm Review 5 sao, bao gồm: Numagician - Đánh Thức Phù Thủy Trí Nhớ Trong Bạn, 21 Cách

Học Tiếng Anh du kích, Thay Thói Quen Đổi Cuộc Đời.

Đặc biệt từ tháng 5/2022, tôi bắt đầu mở lớp chia sẻ phương pháp viết sách. Chỉ sau hơn một năm, tôi đã giúp cả chục tác giả khác tự viết và xuất bản cuốn sách đầu tay mơ ước của họ (hoặc cuốn tiếp theo).

Bạn có thể thấy trong ảnh là những nụ cười sung sướng của tôi và nhiều tác giả trong hội

Tác Giả 5 Sao—lập từ tháng 5/2022, hiện đã lên tới hơn 100 người, hàng chục người đã ra sách, có người đã có sách best-seller bán cả chục ngàn, thậm chí cả trăm ngàn bản.

Còn cuốn bản thảo đầu tay của tôi, thực ra là tiểu thuyết, đã được tôi viết lại và xuất bản 2019—hiện đã bán hết, và tôi đang lên kế hoạch viết tập 2.

Nói chung, tôi đã thực hiện được ước mơ không tưởng của mình khi xưa. Tôi không chỉ trở thành "tác giả full-time", tự do viết lách, sống đời như mơ, mà còn giúp nhiều tác giả khác thực hiện ước mơ của họ.

Người ta hay nói "Bụt chùa nhà không thiêng", nhưng tôi vẫn giúp được vợ mình ra sách.

Chúng tôi đồng tác giả cuốn Cuộc Cách Mạng Một Quả Chuối, nói về phương pháp ăn thuần thực vật theo khoa học, và nàng cũng có một cuốn sách riêng tên là Ruby Tự Tin.

Bạn muốn sở hữu một cuốn sách do mình tự viết chứ?

Với những trải nghiệm của mình, tôi tin rằng:

Ai cũng có thể sống một cuộc đời đáng nhớ, và tạo ra một những cuốn sách đáng tự hào.

Mà theo bạn thì điều gì đã giúp tôi trở nên khác biệt?

Điều gì đã giúp tôi 5 năm trước viết mãi không xong phần mở đầu, viết xong còn bị từ chối, mà 5 năm sau mỗi năm 1 cuốn sách, một điều không tưởng với một người sở hữu "thành tích" 4 điểm Văn tốt nghiệp của tôi?

Bí mật là tôi đã liên tục học hỏi

Năm 2015, sau khi học hỏi từ các nhà vô địch thuyết trình thế giới, tôi đã vượt qua các trở ngại của một người hướng nội ngại giao tiếp, để trở thành một trong những Trainer hàng đầu của khóa học Tôi Tài Giỏi theo chuẩn mực của Adam Khoo, Singapore, với công việc chính là truyền động lực thay đổi cho hàng chục ngàn học viên.

Dù thế, tôi vẫn tiếp tục học hỏi về lĩnh vực phát triển bản thân này. Nhờ đó, tôi trở thành một trong những người Việt Nam đầu tiên được học hỏi trực tiếp từ giáo sư Bj Fogg, Đại học Stanford, người đã có công trình nghiên cứu hơn 20 năm về khoa học hành vi, hiện cũng là tác giả cuốn sách bán chạy nhất nước Mỹ, Tiny Habits. Cuốn sách cũng đã được dịch sang tiếng Việt, nằm trong top sách bán chạy trên Tiki, với tựa đề Thói Quen Tí Hon.

Nhờ Bj Fogg, tôi đã nhận ra nguyên nhân hàng đầu (và rất khoa học) khiến hầu hết mọi người rất quyết tâm thay đổi, nhưng sau đó chỉ được mấy hôm. Cái giá lúc đó phải trả để biết được điều này không đơn giản. Lúc ấy, bạn cần đầu tư tới 400 đô (khoảng 9 triệu thời đó) để được học với Bj Fogg, và bây giờ là hơn 1700 đô (gần 40 triệu bây giờ).

Với tôi, cái giá đó là quá rẻ để giúp bạn tháo gỡ được nút thắt để thực hiện được ước nào đó bạn khao khát bấy lâu nay. Nếu tôi biết nó sớm hơn, có lẽ tôi đã không phải trả tới 5 năm, tương đương 43.800 giờ, và với tốc độ đánh máy đạt tới gần 120 từ/phút, chúng thừa đủ để tôi có thể viết thêm cả chục cuốn sách!

Đó cũng là lý do tôi viết cuốn sách nhỏ mà có võ này dành cho bạn, để đường dài 10 năm tốn kém cả thời gian, tiền bạc, lẫn tâm sức của tôi, có thể trở thành đường tắt của bạn chỉ trong vài tháng, hoặc vài tuần.

Cuốn sách sẽ giúp bạn thế nào...

Cuốn sách gồm 3 phần, tương ứng với 3 bí mật viết sách vô cùng thực chiến mà tôi đã đúc rút trong 10 năm qua, kết tinh không chỉ những kinh nghiệm quý báu tôi học hỏi từ Bj Fogg về khoa học hành vi, mà còn là các nhà vô địch diễn thuyết thế giới, các tiểu thuyết gia, và cả các đạo diễn 5 sao.

Với 3 bí quyết này, nhiều học viên của tôi, đã có thể rút ngắn thời gian viết sách từ vài năm xuống chỉ còn vài tháng để ra bản thảo đầu tiên.

Thực tế, một học viên của tôi từng nghĩ chị ấy không thể viết sách. Tuy nhiên, chỉ sau quá trình đồng hành cầm tay chỉ viết khoảng 3 tháng, tác giả Bùi Châu Đảo đã có trong tay bản thảo, và hiện đã cầm sách giấy trên tay.

Đặc biệt, có những người đã là tác giả, chật vật cả năm trời viết xong cuốn đầu tiên và nghĩ rằng đó sẽ là cuốn cuối cùng. Ấy thế mà sau đó chưa tới 3 tháng tham gia hội và có thêm nghị lực, bạn ấy đã tự tìm ra cách vừa bán hàng trăm đơn sách/ngày, vừa hoàn thiện bản thảo cuốn thứ 2, thứ 3 và cảm thấy rất hài lòng hơn cuốn đầu tiên.

"A lô anh ơi," tác giả Cấn Mạnh Linh gọi tôi trưa nay. "Cuốn 2 em viết lại bản thảo theo anh gợi ý xong rồi, giờ em nên làm gì tiếp?"

"Tuyệt quá," tôi đáp. "Chúc mừng em, giờ em share cho anh đọc phản hồi, rồi mình... viết lại tiếp thôi. Cuốn sách hay nhất là cuốn sách được viết đi viết lại nhiều lần nhất mà, tư duy tác giả 5 sao là vậy. Mà cuốn 1 thế nào rồi e?"

"À em mới bán trên Tiktok, mấy ngày qua cũng tốt, khoảng 200-300 đơn/ngày."

Nghe bạn nói 200-300 đơn sách/ngày nhẹ ... See more

<   **Mạnh Linh's post**   ...

👍 Like   💬 Comment   ↗ Share

You, Cấn Mạnh Linh and 94 others

Most relevant ⌄

Phương Su Su
sách hot quá, cuốn 2 sắp xb chưa e :))
5m   Like   Reply

✏ Author
Cấn Mạnh Linh
Phương Su Su e đang viết cuốn 2; mà cuốn 2 này khác cuốn 2 kia a ak.
2m   Reply   1 😆

Phương Su Su
Cấn Mạnh Linh vậy là cuốn 3 rồi :)) nhanh quá
Just now   Like   Reply

 Write a reply...

 Write a reply...

 Write a comment...      

Home   Friends   Profile   Notifications   Menu

Theo tôi được cập nhật mới nhất, sách của Cấn Mạnh Linh đã tái bản nhiều lần với tên Từ Điển Xây Kênh, lọt top sách bán chạy trên Tiktok, Tiki, Shopee... với tổng sách đã bán lên tới cả trăm ngàn!

Và còn nhiều tác giả khác trong hội liên tục ra mắt những cuốn sách chất lượng trong năm 2023, đã tiếp thêm nguồn cảm hứng mạnh mẽ cho tôi tiếp tục sứ mệnh của mình, và cập nhật lại phiên bản mới cuốn sách này.

Nếu tôi chỉ làm được những điều này cho một cuốn sách của mình, hoặc chỉ giúp được cho một học viên, bạn có thể nghĩ tôi may mắn. Sự thật là tôi đã xuất bản tới cuốn sách thứ 10, và đã giúp hàng chục tác giả ra sách (sau nhiều năm họ trì hoãn), thì chỉ có thể là do phương pháp đúng đắn.

Đối với tôi, thì phương pháp đúng đắn, còn hơn cả may mắn. Vậy cụ thể hơn, các bí quyết trong sách sẽ giúp bạn như thế nào?

Phần #1 - Nguyên nhân hàng đầu

Phần này sẽ giúp bạn tháo gỡ một nút thắt quan trọng, đang cản trở hầu hết mọi người đến với cuốn sách đầu tay của họ.

Kể cả những người đã là tác giả, nếu không nắm được bí mật này, hoặc là họ sẽ cảm thấy khó khăn khi viết sách, hoặc độc giả sẽ cảm thấy khó khăn khi đọc sách của họ.

Hóa giải được nguyên nhân ít biết này, bạn sẽ tự tin hơn gấp đôi trên hành trình viết sách, cho dù bạn đã là tác giả hay chưa.

Phần #2 - Tác giả 30 giây

Điều gì xảy ra nếu bạn tự tin viết lách, nhưng lại không có thời gian để viết?

Phần này sẽ giúp bạn nắm được một khái niệm quan trọng giúp bạn có thể hoàn tất những cuốn sách để đời, với chất lượng cao, ngay khi bạn cực kỳ bận rộn.

Nghe như viễn tưởng, nhưng thật ra để trở thành tác giả, bạn chỉ cần 30 giây... Còn những ai nghĩ mình sẽ dành vài tiếng mỗi ngày, thì mãi chẳng dành được, và sách cũng không thấy đâu cả!

Phần #3 - Viết lách du kích

Một rào cản lớn tiếp theo khiến nhiều người dù đã viết xong nhưng không dám xuất bản, là họ lo sợ không có ai đọc.

Phần này sẽ bật mí cho bạn 3 bước viết lách du kích để không chỉ viết hay lách khéo mỗi ngày, mà còn có những độc giả đặt sách của bạn trước khi ra mắt.

Thật là tuyệt vời phải không?

Trước khi bắt đầu khám phá các bí mật này, tôi có một lưu ý quan trọng cho bạn...

HÃY ĐỌC TỪ ĐẦU TỚI CUỐI Ở LẦN ĐẦU TIÊN

Tôi xin lỗi vì đã phải viết hoa nổi bật, cũng như dành nguyên một trang cho thông điệp trên. Vì nó thực sự rất quan trọng.

Hãy hình dung đây giống như một cuộc trò chuyện giữa tôi và bạn, mà ở đó bạn được bật mí những gì tôi hiểu, tôi tin, để bạn có thể tạo ra những kết quả như tôi, thậm chí tốt hơn. Và thật khó để trò chuyện với ai đó, khi bạn nói chưa hết chủ đề này, mà họ đã muốn nhảy sang chủ đề khác phải không?

Từng phần trong sách được thiết kế như những nấc thang giúp bạn nắm được từ nguyên lý cơ bản tới hành động nâng cao. Do đó, ở lần đọc đầu tiên, bạn hãy cứ đọc từ đầu tới cuối. Còn những lần đọc tiếp theo, bạn có thể đọc bất cứ đâu, và quan trọng là thực hành chính xác những gì được bật mí.

Đến đây, bạn đã biết được hành trình cam go mà tôi đã trải qua để đúc rút cho bạn những bí mật cực kỳ giá trị này rồi.

Bạn còn chờ gì nữa?

Hãy lật trang và khám phá một rào cản hàng đầu khiến hầu hết mọi người, kể cả những tay viết giàu kinh nghiệm, mãi không ra được cuốn sách đầu tay, hoặc cuốn tiếp theo...

LƯU Ý QUAN TRỌNG

Hiện tại, tôi chủ yếu hướng dẫn các tác giả viết "sách học", chia sẻ trải nghiệm thực tế của bản thân bạn, giúp độc giả học hỏi điều gì đó, nên từ "sách" trong cuốn sách này là đề cập tới sách học.

Còn "sách truyện" (tiểu thuyết) là một mảng khác, và tôi đã dịch 2 cuốn sách rất hay của thầy tôi, Randy Ingermanson, giúp bạn biết cách cấu trúc và viết một cuốn tiểu thuyết hấp dẫn.

fususu.com/phuong-phap-hoa-tuyet

Tất nhiên, các kiến thức trong sách này cũng sẽ hữu ích về mặt chiến thuật viết lách với bạn, dù là tác giả sách truyện.

PHẦN #1
NGUYÊN NHÂN HÀNG ĐẦU

1 bí mật ít biết từ các sách bán chạy

Theo bạn, đâu là nguyên nhân hàng đầu khiến hầu hết mọi người đầu hàng khi nói tới viết sách?

Câu trả lời tôi nhận được thường là:

- Sợ mình không đủ kinh nghiệm, sợ bị đánh giá.

- Sợ viết không hay, chẳng ai đọc, không bán được.

- Nói thì dễ, viết thì... nặn mãi không ra chữ nào.

- Viết mãi mà cảm thấy không ưng.

- Không biết bắt đầu từ đâu, mất phương hướng khi viết.

Thật ra, chúng đều là những cản trở lớn, song chưa phải nguyên nhân hàng đầu. Vì nếu biết được nguyên nhân hàng đầu, họ đã không đầu hàng rồi. Có một nguyên nhân ít biết, dẫn tới các nguyên nhân trên.

Nghe có vẻ lạ, nhưng càng ngẫm bạn sẽ thấy đúng, và càng chấp nhận nó sớm bao nhiêu, việc viết sách của bạn sẽ càng trở nên dễ dàng hơn bấy nhiêu.

Nguyên nhân hàng đầu cản trở phần lớn mọi người viết sách, đó chính là...

HỌ NGHĨ MÌNH ĐANG VIẾT SÁCH

Hãy nhớ lại khoảnh khắc bạn thao thao bất tuyệt nói về một ý tưởng nào đó, chữ nghĩa tuôn bay...

Sau đó, có người thốt lên, "Hay quá, bạn hãy viết lại đi, có thể in thành sách đấy!"

Bạn nghĩ cũng tuyệt đấy, và bạn loay hoay mãi cuối cùng cũng ngồi xuống để viết thì...

"Ôi thôi... chữ nghĩa bay đâu hết rồi?"

Bạn thấy đấy, rào cản bắt đầu xuất hiện từ lúc bạn nghĩ "mình đang viết sách".

Rất nhiều người nghĩ viết lách và trò chuyện là hai thứ hoàn toàn khác nhau.

Tuy nhiên, nếu bạn mở hầu hết các cuốn sách của nhiều tác giả bán chạy như Brian Tracy, Tony Robbins, T Harv Eker, đặc biệt là Adam Khoo, bạn sẽ nhận ra một sự thật thú vị:

Họ sử dụng văn nói, và biến cuốn sách thành một cuộc trò chuyện như tôi với bạn đang trò chuyện với nhau trong cuốn sách này.

Vì lý do bản quyền, mà tôi không tiện đưa các đoạn văn nói trong sách của họ vào đây. Bạn có thể quét mã QR để xem nhiều cuốn sách bán chạy, mà tôi đã đóng khung màu đỏ các đoạn cần chú ý. Hãy đọc thử và cảm nhận xem đó là văn nói hay văn viết bạn nhé.

fususu.com/viet-van-viet-sach

Bạn thấy đấy, sách đơn giản là một cuộc trò chuyện giữa bạn và độc giả, với mục đích truyền tải những hiểu biết, những thông điệp, những kinh nghiệm của bạn cho các thế hệ sau mà không phụ thuộc vào không gian, thời gian.

Còn sách truyện hay tiểu thuyết, bạn như một người kể chuyện, giúp độc giả nhập vai vào nhân vật trong truyện, và có được trải nghiệm cảm xúc mạnh mẽ. Vì thế mà từ thời tiền sử, người ta đã viết sách... trên bia đá, với những câu chuyện hấp dẫn, để truyền tải bài học quý giá cho con cháu sau này.

Sách là phương tiện truyền đạt ý tưởng.

Bản chất của một cuốn sách thật đơn giản phải không?

Tuy nhiên, loại sách mà phần lớn chúng ta được tiếp xúc rất nhiều với một lượng thời gian rất đáng kể, chính là sách giáo khoa, giáo trình, thường được viết bởi các giáo sư tiến sĩ đáng kính, những người có cả tá bằng cấp và hàng chục năm kinh nghiệm trong ngành.

Chưa kể môn Văn trên trường giúp chúng ta biết tới một loại sách khác là sách truyện, tiểu thuyết, được viết bởi toàn các nhà văn, nhà thơ nổi tiếng, những người tưởng như được ông trời ban sẵn năng khiếu văn chương.

Vì thế mà trong ta hình thành một niềm tin:

**Sách là thứ gì đó cao siêu,
người viết sách phải là siêu nhân**.

Trong khi ấy, nếu tìm hiểu bạn sẽ thấy nhiều tác giả sách bán chạy lại có xuất thân rất khiêm tốn.

Adam Khoo, tỷ phú giàu có bậc nhất Singapore, tác giả cuốn Tôi Tài Giỏi Bạn Cũng Thế đình đám ở Việt Nam, và hàng chục đầu sách bán chạy khác, từng là cậu học trò dốt nát, chuyển trường tới tận 6 lần.

Brian Tracy, tỷ phú Mỹ, viết tới hơn 75 cuốn sách trong 45 năm. Ông từng bỏ học ở cấp 3, và đã trải qua đủ mọi công việc khác nhau, từ công nhân lao động ở công trường, cho tới đi bán hàng rong bằng cách gõ cửa từng nhà.

J. K. Rowling, nữ tỷ phú nhà văn, tác giả bộ sách Harry Potter bán tới hơn 500 triệu bản trên toàn thế giới (một con số siêu khủng khiếp), từng viết bản thảo tập truyện đầu tiên trong khi vừa là bà mẹ đơn thân trông con, vừa học một lớp để trở thành giáo viên.

Bạn biết tác phẩm Chiếc Lược Ngà chứ? Cái tên Nguyễn Quang Sáng đã quen thuộc với biết bao thế hệ học trò. Nhiều tác phẩm của ông xuất hiện trong sách giáo khoa, và thậm chí được biên kịch thành phim, nhưng ít ai biết... ông dốt Văn từ nhỏ.

Sự thật là khả năng viết văn của ông từng lập kỷ lục về điểm số (thấp), chỉ có 0.5/20 điểm. Nhiều bạn bè sau này khi nghe tin ông trở thành nhà văn đã đều phải thốt lên, "Thằng Sáng mà cũng viết được văn, kỳ vậy ta?"

Có vẻ như dốt Văn đã nằm trong gen di truyền. Sau này khi họp phụ huynh, ông cũng hay bị giáo viên quở trách, "Ông là nhà văn mà sao con ông viết văn dở ẹc!"

Chuyện này xảy ra nhiều lần tới mức ông phải vặn lại, "Con tôi viết văn theo ý cô hay ý nó? Viết theo ý cô thì giỏi, còn theo ý nó thì dở hả?"

Và còn nhiều tấm gương khác từ sách học, cho tới sách truyện, mà tôi không đếm xuể. Tất cả đều là những người bình thường, chỉ là họ biết một điều gì đó, và đã kiên trì làm một điều gì đó, giúp họ tạo ra kết quả phi thường.

Dốt văn không đồng nghĩa với viết dở

Bạn còn nhớ ai đó thời học sinh giỏi Văn hơn mình không?

Bây giờ họ ra sách chưa?

Rất ít người, thậm chí không có đúng không?

Đây cũng là một sự thật thú vị:

Không phải ai giỏi Văn cũng trở thành tác giả, không phải tác giả nào cũng giỏi Văn.

Lý do là gì?

Nhà văn nổi tiếng Ernest Hemingway từng nói, "The first draft of anything is shit."

Tạm dịch: Bản thảo đầu tiên của bất cứ thứ gì đều như... "cờ".

Thật ra, một cuốn sách hay là một cuốn sách được viết đi viết lại rất nhiều lần, trong nhiều tháng, thậm chí nhiều năm, cho tới khi hoàn thiện.

Bản thân tác phẩm Harry Potter nổi tiếng, từng bị từ chối 12 lần bởi các nhà xuất bản. Tương tự, Chạng Vạng (Twilight) bị từ chối tới 14 lần. Sau mỗi lần từ chối, đương nhiên các tác giả sẽ suy nghĩ, tìm cách cải thiện cho lần sau, tới khi được chấp thuận.

Còn bài văn trên trường thì sao?

Bạn không biết trước đề, bạn không được viết lại, chưa kể phải làm dưới áp lực thời gian ngắn nữa chứ!!!

Nói thật, nếu ai điểm cao môn Văn, thì một là có năng khiếu, hai là viết đúng ý người chấm, và ba là... đôi khi điểm số phụ thuộc vào tên tuổi người nộp bài.

Chuyện thật như đùa, khi J.K Rowling lấy bút danh Robert Galbraith để viết một tác phẩm khác. Tất cả các NXB đều từ chối, thậm chí có NXB còn phản hồi: Robert nên tham gia một khóa viết lách chuyên nghiệp. Sau đó, khi được biết Robert chính là J.K, sách lại được chấp thuận và xuất bản nhanh chóng.

Một lần nữa...

Sách là phương tiện để bạn truyền tải ý tưởng của mình đến với những người mà bạn không thể gặp trực tiếp.

Nhờ nắm được bản chất này của sách, nhiều người đã trở thành tác giả sách bán chạy mà không cần dùng tới ngôn ngữ bóng lộn của văn chương. Hơn nữa, Randy Ingermanson, cha đẻ của phương pháp Hoa Tuyết để viết tiểu thuyết cho biết, tiểu thuyết đương đại giờ cũng theo xu hướng cấu trúc chặt chẽ, tập trung vào tình tiết hấp dẫn, tạo ra một bộ phim lôi cuốn trong tâm trí độc giả, chứ không nhất thiết phải dùng câu từ bóng bẩy với những phân cảnh lan man như trước.

Bên cạnh sách truyện tiểu thuyết, thì từ thế kỷ 20, chúng ta đã chứng kiến sự lên ngôi của dòng sách phát triển bản thân (Self-help), chia sẻ kinh nghiệm thành bại trong cuộc sống (còn gọi là sách học) như Đắc Nhân Tâm của Dale Carnegie, Nghĩ Giàu Làm Giàu của Napoleon Hill...

Đây cũng là điều mà tôi hay chia sẻ cho các học viên trong khóa viết sách thực chiến. Một tư duy của tác giả đỉnh cao, giúp họ tạo ra những cuốn sách 5 sao, thôi thúc hành động mạnh mẽ, thay đổi cuộc đời hàng triệu người, và cũng là bí quyết quan trọng đầu tiên...

Bí quyết #1
Cả cuốn sách là cuộc trò chuyện...

Tất nhiên, nếu bạn viết sách truyện tiểu thuyết, thì khả năng văn chương, hay sử dụng câu chữ bay bổng sẽ có ích, nhưng không phải là tất cả.

Bản thân tôi cũng từng tìm tòi học hỏi về tiểu thuyết, và xuất bản một cuốn, nhiều độc giả đọc đều chia sẻ sách rất lôi cuốn. Song sự lôi cuốn ấy đến từ khả năng cấu trúc, đạo diễn câu chuyện để dẫn dắt cảm xúc độc giả, là do tôi học hỏi theo các tiểu thuyết gia, chứ không liên quan tới văn chương tốt hay không.

Thú thật, dù từng xuất bản tiểu thuyết, nhưng nó chỉ là sở thích của tôi, chứ tôi còn rất nhiều điều cần học hỏi. Nên nếu muốn tìm hiểu về sách truyện, bạn hãy tìm đọc 10 bước viết tiểu thuyết trong sách của Randy Ingermanson, mà tôi đã mua bản quyền và dày công dịch cho các tác giả Việt Nam. Bạn có thể google từ khóa "Fususu phương pháp hoa tuyết" là sẽ thấy ngay hai cuốn này.

How to Write a Novel Using (Advanced Fiction Writing) P

Great Experience. Great Value.

A Magical Key to Unlock Your Creative Wiz

Zany, Over the Top, and Just Plain Fun

Follow the author

Kinh nghiệm của tôi cho thấy, để viết sách truyện, bạn có thể cần tạo ra cả một thế giới mới, đòi hỏi khả năng tưởng tượng phong phú, và cần khá nhiều thời gian, có khi lên tới nhiều năm để có một cuốn tiểu thuyết thực sự hay.

Còn nếu bạn viết sách học, để chia sẻ một kinh nghiệm nào đó sẵn có, thì hoàn toàn có thể làm được trong từ vài tháng tới một năm, tốc độ phụ thuộc vào kinh nghiệm của bạn. Chỉ cần bạn có ít nhất 5-7 năm kinh nghiệm trong một lĩnh vực nào đó cụ thể, là đã có thể bắt đầu viết sách về nó được rồi.

Còn nếu bạn chưa tự tin lắm với số năm kinh nghiệm của mình, thì cũng đừng ngại viết. Vì chính trong quá trình viết lách, bạn sẽ biết được mình cần học hỏi thêm chỗ nào. Nên dù thế nào, hãy cứ coi như mình đang trò chuyện với độc giả và giúp đỡ họ bằng tất cả những gì mình có, và cũng có thể học hỏi đào sâu thêm nếu cần.

Bạn thấy đấy, viết sách đâu có liên quan gì tới điểm số môn Văn thời phổ thông?

Nhà khoa học vĩ đại Albert Einstein từng nói, "Nếu bạn đánh giá một con cá bằng khả năng leo cây, nó sẽ sống cả đời với niềm tin rằng nó thật ngu ngốc."

Fususu tôi trộm nghĩ, "Nếu bạn đánh giá khả năng viết lách của ai đó bằng cách so sánh văn của họ với văn mẫu, họ sẽ sống cả phần đời còn lại và tin rằng mình không thể viết sách."

Trong khóa viết sách của tôi có một chị tên là Đỗ Mai, trước ấy chị gặp rất nhiều rào cản và không nghĩ mình có thể viết sách, chưa kể chị đang mang bầu nữa nên bao nhiêu thứ cần lo toan. Tuy nhiên, chỉ trong một tháng, chị ấy đã hoàn tất bản thảo đầu tay. Nhiều người nói vui, "Chị đã đẻ sách trước khi đẻ con!"

Bí quyết là ngay sau khi biết bản chất sách là một cuộc trò chuyện, và được giới thiệu công cụ biến giọng nói thành văn bản, chị đã tận dụng ngay để khai thác triệt để thế mạnh của mình "nói tốt mà viết không nổi". Hàng ngày, chị tưởng tượng mình đang nói chuyện với học viên, và đọc cho Google nghe để chuyển giọng nói thành văn bản. Sau đó, chị rủ một bạn thư ký cùng đọc lại, chỉnh sửa để hoàn thiện.

Hiện tại, lúc tôi cập nhật lại cuốn sách này bản mới nhất, chị ấy đã xuất bản thành công cuốn sách mang tên Hormone Hạnh Phúc của mình, và đang tự hào khoe khắp nơi!

Suy cho cùng...

Một cuốn sách 5 sao, chia sẻ kinh nghiệm hay, truyền cảm hứng mạnh mẽ, là một cuộc trò chuyện xuyên không gian, thời gian, giúp độc giả của bạn...

Hiểu được những gì bạn đang hiểu, tin theo những gì bạn đang tin, từ đó làm theo những gì bạn đang làm, và đạt được kết quả họ mong muốn.

Đặc biệt, nó được viết ra để giúp ích cho số đông những người đang cần bạn, chứ không phải là viết cho một số ít chuyên gia, những người giỏi hơn bạn, và sẽ chăm chăm đánh giá sách của bạn.

Do đó, nếu bạn có một kinh nghiệm mà bạn tin rằng nó hữu ích cho ai đó ngoài kia, hãy cứ viết như đang trò chuyện với họ. Còn nếu như bạn vẫn còn lo lắng không biết liệu mình đã có đủ kinh nghiệm để viết hay chưa, thì có thể quét mã QR bên dưới, xem clip tôi phỏng vấn Minh Phan, tác giả cuốn sách Tới Sahara Mở Quán Trà Đá để có câu trả lời.

fususu.com/author30/clipminhphan

Ngày 3/3/2023, khi sách đã bán được cả ngàn bản trên Tiki và nhận cả trăm review 5 sao, tôi đã mời tác giả Minh Phan tới giao lưu hội tác giả, chúng tôi đã có một buổi trò chuyện thật đáng nhớ.

Qua đó, tôi đã biết thêm rằng từ người ít khi dám nói chuyện trước đám đông, nhờ cảm hứng sau khi ra sách, anh đã trở thành một chuyên gia đào tạo phát triển mặt bằng uy tín, tự tin đào tạo rất nhiều chủ doanh nghiệp.

Điều đó đã truyền một nguồn cảm hứng lớn cho nhiều tác giả. Ngoài ra, anh còn chia sẻ một ý tưởng mà tôi rất tâm đắc: Nếu sách của bạn giúp được ai đó tiết kiệm 1 năm mò mẫm, thì chỉ cần bán 1000 bản, bạn đang giúp Việt Nam tiết kiệm cả ngàn năm!

Ý tưởng đó cùng những thành quả của anh càng khiến tôi nghĩ rằng:

Hãy cứ viết vì độc giả,
bạn sẽ trở thành tác giả!

Đọc tới đây, bạn đã nắm được một tư duy quan trọng của các tác giả 30 giây rồi. Khi nghĩ rằng cả cuốn sách là cuộc trò chuyện, bạn sẽ không chỉ tự tin hơn, dễ viết hơn, mà sách của bạn cũng sẽ cuốn hút hơn nhiều lần những cuốn sách lý thuyết khô khan, với năng lực "ru ngủ", thậm chí gây "đau đầu" độc giả!

Kể cả là bạn viết sách truyện, tiểu thuyết, thì cũng hãy hình dung bạn đang kể câu chuyện của mình cho một độc giả mục tiêu nào đó mà bạn rất yêu quý họ, giúp họ hiểu được những gì mà nhân vật chính trong chuyện đã trải qua, đơn giản vậy thôi!

Nhiều học viên của tôi sau khi được tháo gỡ nút thắt này, những con chữ trong họ tự nhiên tuôn ra ào ào, và có những người đã phải đối mặt với khó khăn tiếp theo:

Có quá nhiều thứ để viết, nhưng lại không có thời gian!!!

Đặc biệt, đôi khi sắp xếp được thời gian cả buổi để viết, thì lúc đó chữ nghĩa lại bay đâu hết. Vậy phải làm sao đây?

Hãy cùng khám phá bí mật về "tác giả 30 giây", một khái niệm thú vị không chỉ giúp bạn giải quyết vấn đề nhức nhối này, mà còn giúp sách của bạn ngày càng hay hơn, hoàn thiện hơn.

PHẦN #2
TÁC GIẢ 30 GIÂY

Viết sách bao lâu mỗi ngày?

Đó là câu hỏi tôi hay dành cho những ai mới bắt đầu con đường này. Câu trả lời tôi nhận được từ thường rất khác nhau. Người thì 30 phút, người thì 1 tiếng, người thì 2 tiếng, v.v... và câu trả lời của tôi thường làm mọi người sốc:

Bạn chỉ cần 30 giây mỗi ngày.

Bạn không đọc nhầm đâu, chỉ 30 giây mà thôi.

Bạn có thể quét mã QR để xem Clip của Tuyết Trinh, tác giả cuốn Thay Kính Đổi Cuộc Đời, chia sẻ cảm nhận khi áp dụng bí quyết 30 giây này. Nhờ đó, Trinh không chỉ viết lại cuốn đầu tiên nhanh chóng, mà còn viết sắp xong bản thảo cuốn thứ hai, trong khi chờ cuốn đầu hoàn tất thủ tục in ấn.

fususu.com/hoc-viet-sach/#trinh

Đặc biệt, gần đây tôi có tổ chức buổi giao lưu cho Hội Tác Giả 5 Sao với Vũ Thu Thủy, tác giả cuốn sách Tôi Đã Trở Thành Phiên Dịch Ca Bin Như Thế Nào, thì biết được một câu chuyện thú vị trên hành trình ra sách của chị.

"Nếu có một điều làm khác đi," chị Thủy nói. "Em nghĩ mình sẽ tin tưởng và áp dụng ngay điều mà thầy nói, nhất là vụ mở bản thảo 30 giây."

Ban đầu chị ấy không tin lắm, đúng thật, làm sao chỉ dành 30 giây mở bản thảo mỗi ngày lại có thể viết được cả cuốn sách???

Thế nên chị nghĩ, "Để lúc nào mình có thời gian, sẽ viết cho hẳn hoi..." Và rồi, như bao tác giả khác mơ ước viết sách để đời, bản thảo của chị đã được "để đấy" suốt vài tháng.

Cho tới khi chị thử áp dụng bí quyết 30 giây trong 10 ngày liên tục. Kết quả, cuốn sách đã hoàn thành, và thành công vượt mong đợi. Trước lễ ra mắt sách, đã có hơn 300 đơn đặt trước, và buổi lễ diễn ra thành công tốt đẹp.

Giáo sư Bj Fogg từng nói, "Nếu bạn gieo một hạt giống tốt vào đúng chỗ, nó sẽ tự mọc thành cây mà không cần phải chăm sóc nhiều."

Thói quen "đầu tư" 30 giây mỗi ngày cho bản thảo là một hạt giống độc đáo, giúp mang lại hoa trái tích cực là cuốn sách đầu tay của bạn. Tuy đơn giản, nhưng đằng sau nó là cả công trình nghiên cứu 20 năm của Bj Fogg về khoa học hành vi bạn nhé.

Viết sách là một hành trình dài, có thể mất nhiều tháng, nhiều năm. Nên điều quan trọng nhất giúp bạn hoàn tất sách nhanh chóng, không phải là động lực mạnh mẽ để có thể viết liên tục trong vài tiếng liền, mà là bạn xây dựng được thói quen đầu tư thời gian cho cuốn sách của mình mỗi ngày, dù chỉ là 30 giây.

Trong 30 giây đó, bạn có thể làm bất cứ thứ gì, miễn là nó giúp bạn tiến tới gần hơn cái ngày ra mắt cuốn sách đầu tay... Có thể là mở bản thảo ra, có thể là ghi chú một ý tưởng, có thể là tìm đọc một câu nói hay, v.v... Song thường thì 30 giây mở bản thảo ra là đơn giản và hiệu quả nhất. Cứ mở ra, còn viết hay không thì tùy, đơn giản vậy thôi.

Tất nhiên, bên cạnh những người hiểu ngay, áp dụng tốt, và đạt được những kết quả đáng ngạc nhiên, thì cũng có những người không chịu hiểu, hoặc bên trong họ có một niềm tin mạnh mẽ rằng:

Họ phải sắp xếp cho bằng được một vài tiếng cuối tuần, hoặc cả tháng trời đi đâu đó, mới có thể ra sách.

Tôi không trách họ, tôi chỉ thấy thương cho họ. Họ làm tôi nhớ tới mình ngày xưa, vốn là một Trainer với hơn 1500 giờ đào tạo trong khóa học Tôi Tài Giỏi, được biết đến là khóa học tạo động lực mạnh mẽ, giúp nhiều học viên như "lột xác" sau 3 ngày học.

Quả thật, sau rất nhiều khóa, tôi đã chứng kiến nhiều khả năng phi thường khi con người ta được cung cấp động lực mạnh mẽ. Họ vượt qua vùng an toàn, và làm những điều trước đây họ nghĩ mình không thể, rồi đạt những kết quả bất ngờ.

Bản thân tôi cũng bất ngờ vì chính mình. Vốn là một người siêu hướng nội, ngại giao tiếp, nhưng chỉ hơn 2 năm sau kể từ khi tham gia khóa học, tôi lại có trở thành một trong những Trainer hàng đầu của chính khóa học đã giúp mình thay đổi. Thậm chí sau này, còn đạt chức vô địch thuyết trình hài hước khu vực 5 nước Đông Nam Á, do Toastmasters International tổ chức vào năm 2022.

Tất nhiên, không phải là cứ động lực mạnh là có thể thành công trong mọi lĩnh vực. Đơn cử là câu chuyện thất bại của tôi trong viết sách, vật lộn suốt 5 năm với bản thảo đầu tiên. Lý do là gì?

Đơn giản thôi.

Điều gì xảy ra nếu bạn có động lực rất mạnh mẽ, nhưng lại đi sai hướng?

Chắc chắn là bạn sẽ khó mà về đích.

Không có động cơ vĩnh cửu, chẳng có động lực vĩnh hằng, động lực mạnh mẽ tới mấy thì sau một thời gian cũng tiêu tan.

Tôi đã từng gặp những người quyết tâm viết sách mạnh mẽ nhưng mãi chưa thấy sách đâu. Ngược lại, có những người lúc chia sẻ lý do viết sách thì giọng nói không thể hiện nhiều cảm xúc lắm, nhưng sau đó lại cứ tằng tằng ra ebook, xong bản thảo, khiến bao tác giả khác trong lớp sốt ruột.

Tại sao có hiện tượng này?

Đơn giản là để thành công trên những hành trình dài, bạn cần có một loại lực nữa, chính là thực lực.

Động lực mạnh có thể giúp bạn ra quyết định, giúp bạn thực hiện những việc tưởng như rất khó khăn, nhưng nó thường chỉ mang tính thời khắc, trong một khoảng thời gian ngắn.

Còn thực lực, hay năng lực thực sự của bạn khi thực hiện một hành vi nào đó, mới là thứ đưa bạn về đích.

2 loại thần lực giúp bạn thành công

Bạn biết câu chuyện rùa và thỏ chạy đua chứ?

Hãy hình dung nếu rùa và thỏ thi lại, theo bạn con nào sẽ thắng?

Tất nhiên là thỏ.

Về thực lực, thỏ nhanh hơn rùa gấp trăm lần. Việc nó thua ở lần thi đầu chỉ là do chủ quan nên không có động lực để về đích ngay từ đầu. Chứ một khi đã thi lại, chỉ cần tiếng súng nổ lên, thỏ sẽ bay ngay về đích trong tích tắc.

Còn rùa, chậm hơn thỏ nhưng lại thắng. Một phần là vì nỗ lực, nhưng phần lớn là vì ăn may. Chứ nếu thi lại, rùa có học cả trăm khóa học truyền lửa, tạo động lực mạnh đến mấy, thì cũng chỉ có thể "ngửi khói" khi thỏ phi về đích.

Qua ví von đó, bạn dễ dàng thấy:

Thực lực lớn, nhưng không có động lực thì lâu lâu mới về đích.

Trong một buổi chuyên đề 6 Bí Quyết Viết Sách Thực Chiến tôi tổ chức, có một anh chia sẻ với tôi rằng anh đã viết xong một cuốn sách, tới khâu in ấn rồi, chỉ cần bấm nút chuyển khoản là xong, nhưng điều gì đó đã khiến anh trì hoãn suốt mấy năm nay. Sau khi nghe tôi chia sẻ 10 lý do ra sách càng sớm càng tốt, anh ấy đã ra quyết định cuối cùng.

Trong 10 lý do trên, lý do nào tạo động lực cho bạn mạnh mẽ nhất để viết sách?

Thế ngược lại thì sao?

Động lực lớn, mà thực lực thấp thì cũng rất khó để thành công.

Điều này càng đúng trong lĩnh vực viết sách.

Nếu bạn ít khi viết lách, thì việc tự nhiên lôi bản thảo ra viết cả một chương, thậm chí cả một cuốn sách, sẽ đòi hỏi rất nhiều động lực để bạn chiến thắng trì hoãn.

Chưa kể do ít viết, nên năng lực chuyển hóa từ ý tưởng thành con chữ của bạn sẽ gặp không ít khó khăn. Điều này giải thích cho hiện tượng nhiều người nghĩ mình sẽ sắp xếp cuối tuần, hoặc dành cả một khoảng thời gian dài để viết sẽ xong. Thực tế, khi sắp xếp được thời gian thì lại viết không nổi, hoặc do làm việc căng thẳng nên nhu cầu đi thư giãn giải trí xả xì trét đã trỗi dậy mạnh mẽ...

Tất nhiên là cũng có những người làm như thế và đã xong sách.

Chẳng hạn... Bản thân cuốn sách này bạn đang đọc, tôi bắt đầu viết từ chiều 3/12/2022, hoàn tất bản thảo đầu tiên vào chiều ngày 6/12/2022 chỉ sau 4 ngày (mỗi ngày 2-3 tiếng). Sau đó, tôi viết đi viết lại vài lần nữa, và đưa bản Ebook hoàn thiện đầu tiên lên Google Play vào 7/12/2022.

Thật là thần tốc phải không nào?

Song tất cả những gì bạn thấy chỉ là bề nổi, bạn đâu có nhìn thấy để đạt được thực lực như vậy, hơn 10 năm qua, không có ngày nào là tôi không luyện viết, cho dù chỉ là những dòng trạng thái đơn giản trên Facebook, hàng ngàn comment trả lời bài viết trên các diễn đàn ngày xưa như Học Mãi, Vươn Tới Thành Công, và hàng trăm Blog chia sẻ trên Fususu.com - Chưa kể là cả trăm giờ tôi luyện đánh máy nhanh để có thể đạt tới tốc độ gần 120 từ/phút!

Tốc độ đánh máy của FuSuSu

Tốc độ nói trung bình chúng ta khoảng 100-150 chữ, đánh máy nhanh như vậy giúp tôi có thể dễ dàng viết như nói. Nhờ đó mà từ một người 4 điểm Văn, với thực lực viết lách gần như là con số 0, giờ đây tôi có thể đưa mọi ý tưởng trong đầu mình thành con chữ, dễ dàng như đánh răng.

Tất cả đều là do sự rèn luyện mỗi ngày, với phương pháp đúng đắn để gia tăng thực lực của mình. Tất nhiên, mong bạn đừng hốt hoảng, bạn sẽ không phải mất tới 15 năm để xuất bản cuốn sách của mình đâu. Khi áp dụng các bí quyết ở phần 3, bạn sẽ thấy mọi thứ thật đơn giản.

Điều mà tôi muốn nói chính ở đây là:

Động lực là nhất thời,
Thực lực là mãi mãi,
Động lực là khởi đầu,
Thói quen mới đưa bạn
về đích!

Động lực mạnh có thể giúp bạn ra những quyết định khó khăn, hoặc thực hiện những thử thách cam go trong thời gian ngắn, nhưng hãy nhớ:

Viết sách là một hành trình dài, và nếu bạn phụ thuộc vào động lực, lúc nào cũng chờ cảm hứng đến rồi mới viết, thì chẳng khác nào bạn đang nhảy lò cò về đích.

Đi hai chân bao giờ cũng dễ hơn nhảy lò cò. Vậy làm sao để gia tăng thực lực?

Câu trả lời đó là thói quen.

"Hãy giơ tay nếu sáng nay bạn có đánh răng?"

Đó là câu hỏi mà tôi hay hỏi bất chợt trong các buổi chia sẻ về viết sách. Một số người giơ tay rất nhanh, còn nhiều người như bị bất ngờ. Phải mất vài giây họ mới định hình được và cười toe toét, "Ủa, sáng nay mình đánh răng rồi thì phải."

Hãy tưởng tượng, khi việc viết lách hàng ngày đối với bạn rất dễ dàng, và nó diễn ra một cách tự nhiên đến mức như đánh răng, bạn không nhớ nổi là hôm nay mình đã viết hay chưa, thì việc ra sách sẽ nhanh tới mức nào?

Thực tế, không có gì hoàn hảo từ đầu.

Một cuốn sách hay là một cuốn sách được viết đi viết lại nhiều lần, nên việc viết lách mỗi ngày không chỉ giúp bạn nâng cao thực lực, mà còn tạo cơ hội để bạn sửa lại những phần trước đó đã viết, khiến cho cuốn sách được hoàn thiện nhanh chóng dễ dàng hơn.

Thử tưởng tượng cảnh bạn uống một viên thuốc thần để có động lực tuyệt hảo, giúp bạn xong bản thảo dài cả trăm ngàn chữ trong có vài ngày. Khi thuốc hết tác dụng, bạn sẽ nhận ra rằng, riêng việc đọc lại cũng đã tốn cả ngày rồi, đừng nói chi tới việc viết lại.

Tin tôi đi, viết mỗi ngày, dù chỉ một chút, không chỉ giúp sách bạn ra nhanh hơn, mà còn chất lượng hơn gấp nhiều lần, vì thế...

Hãy trở thành vị tác giả 30 giây

Tôi vẫn còn nhớ mãi một hình ảnh trong sách Hẹn Bạn Trên Đỉnh Thành Công của Zig Ziglar.

Nếu bạn chặn đầu một đoàn tàu bằng một khúc gỗ to khi chưa chuyển bánh, nó sẽ di chuyển lề rề và có thể không đi nổi. Tuy nhiên, nếu bạn đặt một khúc bê tông trên đường ray trong khi con tàu đang lao với vận tốc rất cao từ phía xa, thì nó có thể xuyên thủng khối bê tông ấy.

Đó là sức mạnh của quán tính, và cũng giải thích được tính hiệu quả của nguyên tắc 30 giây này. Để ý mà xem, trì hoãn thường hay xuất hiện trước khi bạn làm thứ gì đó, chứ ít khi nó xuất hiện trong khi hoặc sau khi bạn làm thứ ấy.

Trong 30 giây quý giá đó, khi bạn đã mở được bản thảo ra thì như có đà, việc đọc lại một chút những gì mình đã viết hôm trước sẽ không còn khó khăn. Rồi khi đã đọc lại một chút chương trước, thì như có đà vậy, việc bạn viết tiếp một chút chương sau sẽ không có gì khó khăn.

Cứ thế, 30 giây có thể thành 3 phút, 30 phút, thậm chí 3 tiếng lúc nào không hay. Đó là cách mà tác giả Vũ Thu Thủy hay nhiều tác giả khác trong hội Tác Giả 5 Sao tôi sáng lập, đã hoàn tất cuốn sách của mình theo một cách mà họ đã phải bất ngờ!

Một lưu ý là bộ não của bạn cũng khôn lắm, thường nó sẽ tìm mọi cách để bạn trì hoãn. Nên có thể một lúc nào đó có thể nó sẽ phát hiện ra ý định viết sách 30 giây của bạn để sau đó viết một mạch vài tiếng, và lúc ấy có thể bạn sẽ cảm thấy việc mở bản thảo ra trong 30 giây thôi cũng là cả thách thức.

Cho nên bí mật ở đây là bạn phải ăn mừng, ngay sau khi thực hiện được hành động 30 giây mở bản thảo. Hãy ăn mừng như thể đó thực sự là một chiến thắng lớn (vì tuy đơn giản, nhưng không phải ai cũng làm được).

Sau khi ăn mừng, lúc này bạn có 2 lựa chọn:

Nếu thấy cảm hứng đủ lớn, thì bạn có thể tranh thủ viết tiếp bản thảo, và ăn mừng tiếp.

Nếu thấy cảm hứng không đủ, thì có thể đọc lại bản thảo một chút, rồi gập nó lại trong vui vẻ.

Điều quan trọng nhất quyết định một thói quen có hình thành hay không, không phải là bạn thực hiện đó nhiều lần, cũng không phải là cảm xúc quyết tâm trước khi thực hiện, mà là sự hài lòng sau khi thực hiện. Lúc ấy, bộ não sẽ tiết ra Dopamine, tạo liên kết chặt chẽ giữa hành vi mở bản thảo trong 30 giây với cảm xúc hưng phấn, để ngày nào bạn cũng mở bản thảo.

Khi ngày nào bạn cũng mở bản thảo ra mà không cần suy nghĩ, thì tin tôi đi, sớm hay muộn sách sẽ xong, và bạn sẽ phải bất ngờ vì kết quả nhận được.

Còn nếu một thói quen đơn giản như vậy bạn còn không rèn luyện được, mà cứ phụ thuộc vào cảm hứng để viết sách, thì đích đến vẫn còn xa lắm.

Đây cũng chính là bí quyết số 2 của chúng ta, bí mật của tác giả 30 giây.

Bí quyết #2

Dành 30 giây mỗi ngày để mở bản thảo

Thay vì tìm thêm cảm hứng viết sách, để rồi phụ thuộc vào động lực thất thường, bạn hãy gia tăng thực lực bằng thói quen dành 30 giây mở bản thảo ra, thực hiện càng sớm càng tốt.

Có thể là ngay khi tỉnh dậy, hãy mở bản thảo. Lúc đó bạn chưa cần phải viết, chỉ cần mở ra rồi ăn mừng là được. Việc dành 30 giây đầu ngày để mở bản thảo sẽ trở thành một tín hiệu báo cho não bộ biết rằng:

Viết sách với bạn là một việc quan trọng.

Khi bộ não tin rằng điều gì đó là quan trọng, thì kiểu gì trong ngày, bạn cũng sẽ tìm được thêm được thời gian cho sách. Khi bạn có thời gian cho sách, thì viết nhiều hay viết ít không quan trọng, quan trọng là bạn đã mở bản thảo ra để viết mỗi ngày.

Nhờ đó, việc thể hiện ý tưởng bằng con chữ ngày càng trở nên đơn giản với bạn. Để rồi cho dù động lực cao hay thấp, bạn vẫn có thể viết. Động lực ít, viết ít, động lực nhiều thì viết nhiều. Ngày nào cũng viết, sớm muộn bạn sẽ ra sách!

Vấn đề lúc này là bạn sẽ viết gì đây?

Hãy cùng khám phá bí mật phần sau, giúp bạn vừa gia tăng khả năng viết lách cuốn hút của bạn, vừa có thể sở hữu những độc giả đặt sách trước cả khi xuất bản.

Thật là tuyệt vời phải không nào?

PHẦN #3
VIẾT LÁCH DU KÍCH

Điều gì xảy ra bạn đi trên một sa mạc với đầy đủ lương thực và xăng xe, nhưng lại không có bản đồ?

Kết quả là bạn có thể sẽ đi vòng vòng một chỗ cho tới khi cạn kiệt nguồn lực.

Không có mục tiêu, không mục, cũng tiêu.

Ở phần trước, bạn đã hiểu rằng sách là cuộc trò chuyện, nhưng nếu bạn chỉ trò chuyện xã giao mà không định hướng, thì bạn sẽ chẳng dẫn được độc giả của mình tới đâu cả.

Thế nên, có một thói quen cực kỳ quan trọng đối với một tác giả:

Viết có mục tiêu, chốt có thông điệp.

Nếu bạn lên Facebook cá nhân của tôi tại địa chỉ bên dưới, bạn sẽ thấy bên cạnh những niềm vui khi trở thành tác giả, giúp đỡ các tác giả khác, tôi cũng hay đăng những câu nói hay, kèm theo lời giải thích, hoặc các trải nghiệm của tôi liên quan tới câu nói hay đó.

facebook.com/phuongss

Thói quen này đã theo tôi hơn 10 năm nay, không chỉ giúp tôi ngày càng gia tăng thực lực viết lách cuốn hút, mà còn có thêm những độc giả tích cực cho những cuốn sách sắp ra mắt. Tại sao lại như vậy?

Kỹ năng quan trọng nhất của tác giả

Hãy nghĩ về một cuốn sách bạn yêu thích, điều mà bạn ấn tượng nhất là gì?

Khi đặt câu hỏi này, thường mọi người sẽ trả lời họ ấn tượng một câu nói hay nào đó trong sách. Nghe thật tội cho các tác giả, dành bao năm tháng viết ra cả cuốn sách dày mấy trăm trang, mà đọc xong người ta nhớ mỗi có 1 câu thôi ư?

Tuy thế, làm được vậy đã là một thành công lớn. Thực tế là có rất nhiều cuốn sách mà sau khi đọc xong chẳng để lại ấn tượng nào. Trong khi đó có nhiều cuốn sách mà đọc một lần nhưng tôi nhớ mãi.

Chẳng hạn, cuốn Eat The Frog của Brian Tracy làm tôi nhớ mãi thông điệp: Bạn sẽ không bao giờ có đủ thời gian để làm tất cả, nhưng bạn luôn có đủ thời gian cho những thứ quan trọng nhất.

Cuốn Chiến Thắng Trò Chơi Cuộc Sống của Adam Khoo làm tôi nhớ mãi thông điệp: Tạo hóa ban cho mỗi người một khiếm khuyết, là để họ có thể thành công theo mỗi cách khác nhau.

Một yếu tố quan trọng giúp cho cuốn sách của bạn trở nên ấn tượng chính là những thông điệp hay. Thế nên, viết có mục tiêu, chốt có thông điệp, là kỹ năng cực kỳ quan trọng đối với bất cứ tác giả nào.

Bạn còn nhớ định nghĩa về sách 5 sao chứ?

Đó là một cuốn sách mà bạn kết nối sâu sắc với độc giả, giúp họ hiểu, tin, làm theo những gì bạn làm và đạt kết quả họ muốn.

Khi bạn đăng một câu nói hay, rồi viết lách để giải thích suy nghĩ của mình, bản chất là bạn luyện bước đầu tiên trong quá trình ấy: Bạn giúp người ta hiểu những gì bạn đang hiểu, thể hiện thông qua con chữ.

Vạn Lý Trường Thành cũng cần những viên gạch nhỏ.

Một cuốn sách lớn là để truyền tải một thông điệp lớn, bao gồm nhiều thông điệp nhỏ bổ trợ. Thực hiện thói quen trên mỗi ngày, bạn sẽ biến kỹ năng viết lách có mục tiêu trở thành bản năng, để sẵn sàng hơn cho cuốn sách lớn sau này.

Một tin buồn và tin vui

Khi bạn tích cực luyện tập như vậy và chia sẻ các thông điệp hay trên mạng xã hội. Tin buồn, bạn có thể sẽ bị một số bạn bè trên Facebook unfriend, vì họ thấy bạn trở nên khác so với họ. Trước đây tôi có 5.000 friends, và số này tự động giảm dần...

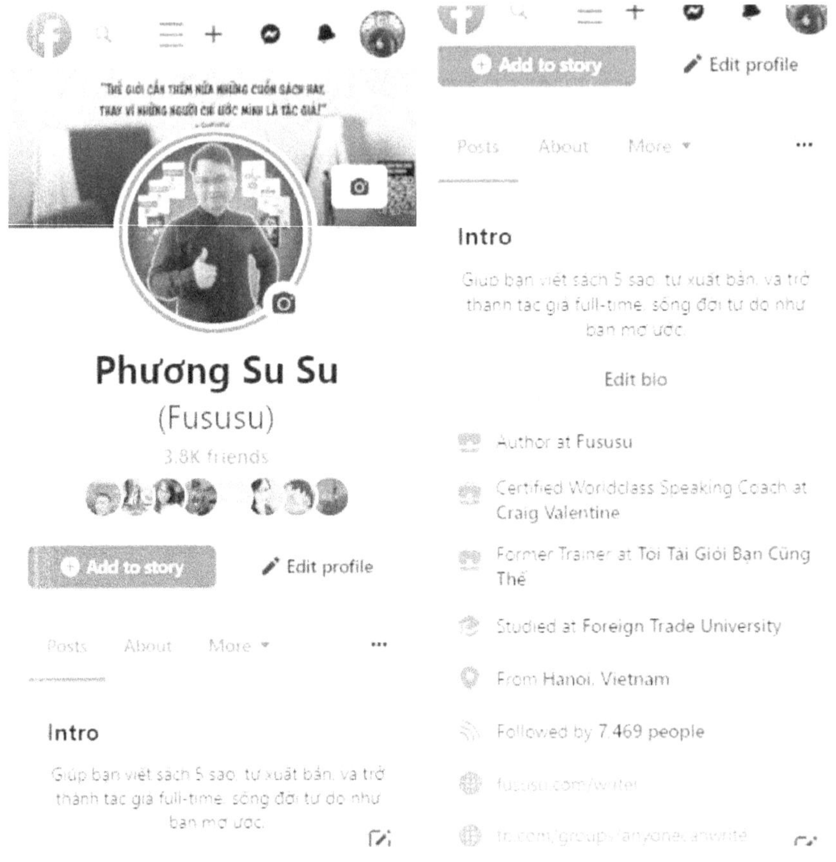

Tuy nhiên, lượng người Follow lên tới hơn 7.500, và con số này ngày càng tăng, chưa kể danh sách chờ kết bạn luôn có hàng trăm người mới. Do vậy, tin vui là bạn sẽ ngày càng có những người bạn tích cực, sẽ trở thành độc giả tiềm năng của bạn.

Nhiều học viên của tôi cũng chia sẻ, kể từ khi họ bắt đầu xác định một chủ đề cho cuốn sách, rồi tìm ra những câu nói hay liên quan và chia sẻ suy nghĩ của mình về nó, tự nhiên có những người đã comment hỏi họ có viết sách không để đặt trước.

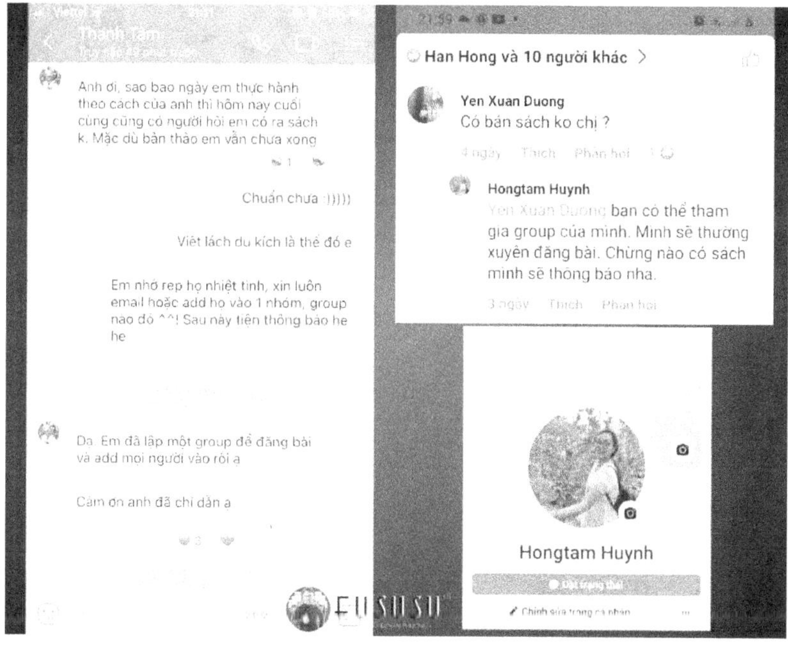

Vậy làm sao để có những câu nói hay?

Bạn có thể Google từ khóa "câu nói hay" hoặc "quotes about..." cộng với chủ đề sách bạn đang viết, hoặc đơn giản là quét mã QR dưới. Mỗi ngày bạn có thể nhận được một ảnh câu nói hay cực chất do tôi trực tiếp biên soạn, thiết kế.

fususu.com/365

Sau một thời gian đăng những câu nói của người khác và chia sẻ suy nghĩ của mình, bạn sẽ nhận ra một điều thú vị.

Đó là dần dần, bạn sẽ phát triển được năng lực tự sáng tạo những câu nói của riêng mình. Đó là một kỹ năng độc đáo, sẽ làm nên sắc màu riêng cho cuốn sách của bạn sau này.

Bản thân cuốn sách này bạn cũng đã thấy nhiều chỗ tôi áp dụng nó đấy. Ví dụ, bạn nghe câu nói này quen không?

"Động lực là nhất thời, thực lực là mãi mãi."

Tôi đã "chế" nó từ câu nói nổi tiếng:

"Phong độ là nhất thời, đẳng cấp là mãi mãi."

Ngoài đăng lên Facebook cá nhân, bạn cũng có thể tham gia nhóm kín Anyone Can Write mà tôi xây dựng dành riêng cho các tác giả và tác giả tương lai, nơi bạn có thể thoải tập viết và đón nhận những phản hồi tích cực.

Trên nhóm này, tôi ấn tượng với tác giả Bằng Lăng Trúc, chị tự đặt cho mình mục tiêu trong vòng 3 tháng ngày nào cũng viết, và sau đó chị đã duy trì thói quen viết ấy tới hơn 4 tháng. Tôi tin rằng, chỉ cần chị copy-paste hơn 120 bài ấy (mỗi bài trung bình 500-700 chữ), là thừa đủ ý tưởng cho 2 cuốn sách!

Thực tế, chị đã xong bản thảo cuốn thứ hai, Sắc Màu Phiêu Lưu Ký, và đã tổ chức buổi lễ ra mắt rất ý nghĩa cho sách. Chị Trúc chia sẻ cuốn thứ hai làm chị tự hào hơn rất nhiều so với cuốn đầu tiên. Bởi không chỉ khả năng viết lách khác biệt hơn nhiều, mà sách là nơi chị chia sẻ kinh nghiệm du lịch nước ngoài rất hữu ích của mình cho mọi người.

fb.com/groups/anyonecanwrite/

Tôi chia sẻ câu chuyện trên để bạn thấy rằng việc viết lách mỗi ngày dù chỉ một chút, sẽ hiệu quả hơn gấp nhiều lần so với viết tập trung trong vài tiếng cuối tuần, hoặc cả tuần (vốn chỉ dành cho những người thực lực viết cao, và thứ họ cần chỉ là thời gian).

Tất nhiên, là tác giả 30 giây, bạn không nhất thiết phải kỷ luật bản thân tới mức gắt gao như chị Trúc. Bạn hoàn toàn có thể thong thả áp dụng chiến thuật sau đây, cũng là bí quyết số 3 của chúng ta.

Bí quyết #3

Thói quen nhỏ
kết quả to

Để bắt đầu hành trình viết lách du kích, ngày đầu tiên, bạn có thể chỉ cần viết một bài giới thiệu bản thân khoảng 100 chữ là được, và không quên chốt lại bằng một câu nói bạn tâm đắc.

100 chữ dễ lắm, vì riêng tốc độ nói trung bình của chúng ta đã là từ 100-150 chữ/phút rồi. Nếu bạn ngại viết, thì cứ nói bô lô ba la cho Google Voice Typing (hoặc chức năng chuyển giọng nói thành văn bản trên smartphone).

2 ngày tiếp theo, mỗi ngày 150 chữ, bạn chia sẻ ngắn gọn một trải nghiệm thất bại trước đây của bạn, và bài học rút ra (dưới dạng một câu nói hay).

3 ngày tiếp theo, mỗi ngày 200 chữ, chia sẻ hành trình bạn học hỏi được một điều gì đó thú vị, và nó đã giúp bạn đạt được thành tựu khác biệt thế nào.

4 ngày tiếp theo, mỗi ngày 250 chữ, chia sẻ ngắn gọn những sai lầm mà bạn nhận ra trên hành trình đạt được những thành tựu hôm nay.

5 ngày tiếp theo, mỗi ngày 300 chữ, chia sẻ ngắn gọn những bí quyết bạn nhận ra đã giúp bạn tiết kiệm thời gian, tiền bạc, tâm sức như thế nào.

Cứ thế tăng lên dần 50-100 chữ theo thực lực của bạn, kiên trì sau 2-3 tháng theo lộ trình dưới đây, bạn sẽ phải ngạc nhiên đấy.

Bí quyết #3

FUSUSU

Mỗi ngày	Số ngày tiếp theo	Số chữ
100 chữ	1	100
150 chữ	2	300
200 chữ	3	600
250 chữ	4	1000
300 chữ	5	1500
400 chữ	6	2400
500 chữ	7	3500
600 chữ	8	4800
600 chữ	9	5400
700 chữ	15	10500
Tổng	60	30100

Thứ nhất, Khi nhìn bảng trên, bạn sẽ thấy chúng ta khởi đầu rất khiêm tốn. Khoảng 100-300 chữ/ngày cho cả tháng đầu tiên, và sau đó tăng dần lên tối đa 700 chữ/ngày trong tháng thứ hai. Tuy nhiên, khi đến ngày thứ 60 theo lộ trình ấy, bạn đã có hơn 30.000 chữ, đủ để dàn một cuốn sách 180-220 trang!

Thứ hai, khi bạn liên tục viết về bài học thất bại, rồi bí quyết thành công như vậy, cảm xúc lên xuống sẽ kích hoạt não bộ, giúp bạn có cảm hứng viết lách ngày càng hăng hái. Và nếu bạn lựa chọn chia sẻ những bài viết ấy, chắc chắn sẽ có những người bị thu hút, và trở thành độc giả tương lai của bạn.

Tất nhiên, bạn cũng có thể lựa chọn một cấu trúc khác.

Chẳng hạn, có những tác giả vốn là chuyên gia đào tạo, đã tháo gỡ rất nhiều băn khoăn của học viên, thì có thể viết mỗi ngày trả lời một câu hỏi, rồi tập hợp thành sách dạng cẩm nang hỏi đáp. Hoặc có những tác giả viết truyện, tiểu thuyết, thì cứ viết mỗi ngày một đoạn vu vơ, và đăng lên để tạo sự háo hức cho mọi người, thì cũng sẽ thu hút những độc giả thích văn phong của mình.

Điều quan trọng nhất là bạn cảm thấy thoải mái, và duy trì thói quen viết lách đều đặn mỗi ngày dù chỉ một chút, và tăng số chữ lên một cách từ từ.

Khi ấy việc viết lách không chỉ trở thành thói quen, mà thực lực của bạn cũng sẽ tăng lên. Bạn có thể viết 500-700 chữ/ngày rất dễ dàng, và tránh được sai lầm hầu hết mọi người hay mắc, là bắt đầu quá khó. Họ thường bắt đầu ngay bằng bài viết dài tới cả 1000 chữ, bộ não cảm thấy đau đớn, và hôm sau khỏi muốn viết luôn!

Để theo dõi số chữ mình đã viết, bạn có thể dùng chức năng đếm số chữ của Google Docs (vào Tools > Word Count). Còn để có lộ trình viết lách và tổng kết số chữ hiệu quả, bạn có thể quét mã QR dưới để tham khảo một template excel chi tiết hơn.

fususu.com/template/plan-words

Bí mật biên tập sách du kích

Gần đây có bạn hỏi tôi, "Mình cũng hay chia sẻ và viết lách trên Facebook, rồi Blog, nhưng chưa biết làm sao để tập hợp thành sách?"

Nếu cả cuốn sách là một cuộc trò chuyện nhằm truyền tải một thông điệp lớn, thì mỗi chương sách là một bài thuyết trình để truyền tải những thông điệp nhỏ hơn, bổ trợ cho thông điệp lớn của bạn. Bạn có thể tưởng tượng lúc này thông điệp lớn giống như mặt bàn, còn thông điệp nhỏ giống như chân bàn.

Tất nhiên, khi bạn chưa có nhiều kinh nghiệm tổng hợp sách lớn, thì hãy thử tổng hợp thành một Ebook nhỏ khoảng 5.000-10.000 chữ trước bằng một trong hai cách sau:

Cách #1) Tìm thông điệp chung

Bạn hãy thử nhóm các bài có chung một chủ đề lại với nhau. Sau đó tìm cho chúng một thông điệp lớn nào đó, và viết lại từng bài để kết dính chúng với thông điệp lớn.

Đây là cách tôi đã dùng để viết Ebook 7 cách học tiếng Anh du kích. Ban đầu, chúng chỉ là những Blog nhỏ nói về các mẹo học tiếng Anh tôi thu thập, áp dụng trong nhiều năm qua.

Sau đó, tôi nghĩ ra thông điệp "học tiếng Anh du kích", và đã tổng hợp lại các bài viết khi xưa, viết theo hướng đưa ra các thói quen học tiếng Anh có thể áp dụng mọi lúc mọi nơi.

Cách #2) Viết theo cấu trúc

Cách này ngược lại với cách trên.

Bạn tạo ra một khung sườn có sẵn, giống như một tấm bản đồ cho sách, sau đó chỉ việc điền vào chỗ trống bằng những nguyên liệu sẵn có hoặc viết thêm bổ sung thêm.

Đây là cách tôi hay dùng cho các cuốn sách lớn, và các ebook mới sau này, vì sẽ giúp bạn tiết kiệm rất nhiều thời gian khi đã có hướng. Bạn chỉ cần đầu thời gian lên được khung sườn lúc đầu mà thôi.

Chuẩn bị trước, bước sẽ qua.

Bản thân cuốn sách nhỏ này được tôi viết chỉ trong 1 tuần, cũng là nhờ áp dụng một template ebook tôi đúc kết, cộng với nguyên liệu là những bài viết, kết hợp với những buổi chia sẻ tôi đã từng thực hiện trước đây, nên mới có thể viết nhanh như vậy.

Bạn cũng có thể tham khảo cấu trúc 5 sao dưới đây mà tôi hay sử dụng với sách học, sách chia sẻ kinh nghiệm, được đúc rút sau khi tôi học hỏi từ các tác giả hàng đầu thế giới, kết hợp với các nhà vô địch diễn thuyết, các đạo diễn phim để truyền tải thông điệp một cách sâu sắc và ấn tượng nhất.

Lời mở đầu hứa hẹn

Phần này bạn giới thiệu bản thân, chia sẻ lý do tại sao bạn viết sách, và quan trọng hơn là tại sao độc giả nên đọc cuốn sách này của bạn.

Phần 1: Nguyên nhân thất bại

Bạn chia sẻ những nguyên nhân khiến cho hầu hết mọi người thất bại khi làm một việc gì đó mà bạn đã khám phá ra trên con đường thành công của mình.

Phần 2: Yếu tố thành công

Bạn chia sẻ những yếu tố cần phải có để độc giả có thể thành công được như bạn, hoặc thậm chí hơn bạn được thì tốt vì họ biết sớm hơn.

Phần 3: Các bước hành động

Bạn đưa ra các bước cụ thể để giúp cho độc giả có thể thực hiện, và từng bước áp dụng kiến thức của bạn, tiến tới thành công mà họ mong muốn.

Lời chia tay sâu sắc

Một câu chuyện cảm hứng để thôi thúc độc giả hành động, đồng thời không quên kết nối với độc giả để bạn có thể hỗ trợ họ sâu sắc hơn trong tương lai.

Còn nếu bạn viết sách truyện, tiểu thuyết, thì tôi khuyên bạn nên đọc hai cuốn Cách Viết Tiểu Thuyết Với Phương Pháp Hoa Tuyết và Cách Viết Truyện Bùng Nổ với Phương Pháp Hoa Tuyết của Randy Ingermanson mà tôi đã dịch. Hai cuốn này sẽ giúp bạn tạo ra một bản thiết kế 5 sao cho câu chuyện. Cảm giác bắt tay vào viết một cuốn truyện mà bạn biết chắc rằng nó sẽ hay, rất tuyệt vời!

HÀNH TRÌNH BẮT ĐẦU

Cám ơn bạn vì đã tới được đây, trước khi đóng lại cuốn sách này, và nhận một món quà thú vị sẽ giúp bạn mở ra cuốn sách của bạn, hãy cùng tổng kết lại những kiến thức giá trị mà chúng ta đã trao đổi nhé!

Đầu tiên, bạn còn nhớ một sai lầm lớn, khiến hầu hết mọi người không thể viết xong cuốn sách đầu tay, hoặc cuốn tiếp theo là gì không?

Họ nghĩ mình đang viết sách

Khi tư duy sách như một thứ gì đó cao xa, người viết sách phải là siêu nhân, thì tự nhiên sẽ có rất nhiều rào cản khác xuất hiện:

- Mình có đủ kinh nghiệm để viết thật hay không?
- Mình có đủ thời gian để tạo ra một thứ hoành tráng như vậy không?
- Viết ra có ai đọc không?

Những câu hỏi cứ luẩn quẩn trong đầu, khiến họ trì hoãn hết ngày này qua tháng khác, đợi đến khi mình có đủ điều kiện nào đó thì mới bắt đầu viết sách, mà quên mất rằng trên lịch chẳng có ngày nào ghi là "ngày bạn đủ điều kiện viết sách" cả. Cuối cùng, hầu hết các ý tưởng sách hay đã được tài trợ bởi NXB Thế Giới... Bên Kia.

Còn những tác giả 30 giây, họ biết một điều rằng chẳng có gì là hoàn hảo ngay từ đầu, mọi thứ sẽ hoàn thiện trên con đường bạn đi. Chẳng có cuốn sách nào hay ngay từ đầu, nó sẽ hoàn thiện hơn sau mỗi lần viết lại. Nên đừng cầu toàn, cứ ra trước đã, rà lại sau. Giai đoạn đầu cứ ra càng nhiều chữ càng tốt, sau đó tới khâu hoàn thiện bạn sẽ chỉnh sửa dần.

Viết sách là cả một quá trình dài mà động lực chỉ là khởi đầu, thực lực mới đưa bạn về đích.

Và bạn cần những năng lực nào để có thể viết được sách?

Bạn cũng đã nắm được một trong những bí mật quan trọng giúp cuốn sách trở nên ấn tượng, đó là bạn thường xuyên làm việc với các câu nói nay.

Đọc chúng mỗi ngày sẽ giúp bạn gia tăng tư duy ngôn ngữ, chia sẻ suy nghĩ của mình về chúng sẽ giúp bạn luyện kỹ năng quan trọng nhất của một tác giả: Nói có mục tiêu, chốt có thông điệp, và giúp người đọc hiểu được những gì bạn đang hiểu.

Thói quen viết lách du kích đơn giản này sẽ vừa giúp bạn gia tăng năng lực viết lách cuốn hút, vừa có thêm những độc giả tương lai. Chưa kể là nếu bạn lựa chọn cho mình một cấu trúc hợp lý và viết một chút mỗi ngày, thì sau này chỉ việc tổng hợp lại là có bản thảo đầu tiên.

Trong trường hợp bạn cảm thấy việc viết lách mỗi ngày cũng khó khăn, thì chỉ cần thực hiện một thói quen nhỏ sau đây, mà tôi tin rằng bạn luôn có thể làm nó cho dù có trì hoãn đến mấy.

Hãy tạo một file google doc để có thể mở trên mọi thiết bị thuận tiện. Tựa đề chính là tên sách của bạn, và mỗi ngày chỉ cần dành 30 giây mở bản thảo đó ra là được. Nếu bạn có ý tưởng, thì cứ viết xuống ý tưởng đó, còn không có ý tưởng gì, thì có thể viết:

Hôm nay mình đã ghé thăm bản thảo.

Điều quan trọng là sau đó bạn ăn mừng thật lớn.

Cảm giác hài lòng sẽ khiến cho bộ não tiết ra Dopamine, tạo cảm xúc tích cực với việc viết sách, từ đó xây dựng thói quen viết lách mỗi ngày, và ra sách lúc nào không hay.

Một lần nữa cám ơn bạn...

Cám ơn bạn đã tin tưởng và lựa chọn cuốn sách nhỏ này cho hành trình lớn của bạn. Tôi hi vọng nó đã tháo gỡ phần nào những khó khăn trên con đường chinh phục cuốn sách đầu tay.

Tất nhiên đó là một con đường dài, và bạn có thể gặp phải nhiều rào cản khác mà tôi và các học viên của mình từng gặp như:

- Viết gì khi không biết viết gì, hay lúc bí ý tưởng thì phải làm sao?

- Có rất nhiều dịch vụ viết sách hộ ngoài kia, có nên sử dụng không?

- "Văn mình, vợ người", làm sao để biết được sách đã chuẩn hay chưa?

- Cách cấu trúc sách thế nào cho hiệu quả và tiết kiệm thời gian viết?

- Các thủ tục in ấn và xuất bản sách từng bước như thế nào?

- Làm sao để xuất bản ebook lên các trang có tiếng?

- Tổ chức lễ ra mắt sách như thế nào? Làm

thế nào để giới thiệu sách ấn tượng?

- Làm sao để đưa sách tới tay hàng ngàn độc giả với chi phí tối ưu?

Và vô vàn những vấn đề khác nữa mà mọi tác giả sẽ phải đối mặt mà cuốn sách nhỏ này khó mà giải quyết trọn vẹn. Vì thế tôi đã chuẩn bị cho bạn một món quà, đó là bộ 52 bí quyết viết sách thực chiến được tôi biên tập từ các buổi huấn luyện rất giá trị của mình.

Vì một thế hệ tác giả Việt truyền cảm hứng, tôi quyết định cho đi hoàn toàn miễn phí. Để nhận món quà tuyệt vời này, tất cả những gì bạn cần làm chỉ là quét mã QR ở bên dưới.

fususu.com/52bikip?r=author30s

Mong tin tốt lành,

Tái bút. Chúc mừng bạn đã đọc tới đoạn cuối của cuốn sách này, tôi tin rằng khi tới được đây, bạn có tố chất của một tác giả đấy.

Vì sao ư?

Vì đi tới cùng cũng là một thói quen.

Ngày hôm nay, bạn đọc tới cuối cuốn sách của ai đó, thì tin tôi đi, sau này bạn không chỉ hoàn tất cuốn sách của mình, mà độc giả cũng sẽ đọc tới trang cuối cuốn sách của bạn.

Hẹn gặp bạn...

...trên bìa sách của bạn!

Hoặc là trong các cuốn sách khác của Fususu cùng chủ đề dưới đây, chúng sẽ rất hữu ích trên hành trình trở thành tác giả của bạn.